என்னவளே...

ராஜேஷ் ஜீவானந்தம்

ISBN 979-888530607-2

என்னவளுக்கு . . .

பொருளடக்கம்

அணிந்துரை

தமிழ் மொழிக்கு அரிதாக கிடைத்த எழுத்தாளர்கள் சிலரே. அப்படிக் கிடைத்த ஒரு எழுத்தாளன் தன் படைப்பாற்றல் மூலம் அனைவரின் உள்ளத்தைக் கவரும் வகையினில் வாசகர்களை தன் கவி வயப்படுத்தி வைத்திருப்பது எளிதல்ல. தன் கவி வலையில் வாசகர்களை தன் வசப்படுத்தும் கவிஞன்தான் ஆகச் சிறந்த எழுத்தாளர். தமிழ் மொழியினை தன் வயப்படுத்தி வாசகர்களின் மனதை கொள்ளை கொண்ட ஒரு கவிஞனின் கவி படைப்புதான் இந்த நூலின் கவிதைகள் தொகுப்பாக அமைந்துள்ளது.

முன்னுரை

கற்பனைக்கும் ரசனைக்கும் தோன்றிடும் காதல்தான் கவிதை. அந்தக் கவிதை கொண்டு, ரசனைமிக்க அழகினை வர்ணிப்பவன்தான் கவிஞன். கவிதையும் காதல் கொள்வாள் கவிஞன்மீது. அக்கவிஞர்களின் கற்பனைகளுக்கும் எட்டாத ரசனைகள்தான் ஏதேனும் உண்டோ இவ்வுலகில்! அழகு கொஞ்சும் இலக்கணத் தமிழில் என்னவளின் அழகினை வர்ணிக்க வார்த்தைகளை தேடித் தேடி தோற்றேன். கற்பனைக்கும் உயிர் கொடுத்து என்னவளை வர்ணித்து கவிதைகள் எழுதுவதற்கு என் யுகங்கள் போதாது. அக்கவிஞனும் வர்ணிக்க ஆசைப்பட்டு ரசித்து எழுதிய கவியோவியமானவள்தான் நான் எழுதிய "என்னவளே..."

நன்றி

கவி தொடுத்த எழுத்துகளுக்கு நன்றி.

முகவுரை

கவிதையை என் காதலியாய் பாவித்து, கற்பனையில் என்னவளுக்கு உருவம் கொடுத்து, ரசனை கொண்டு அவளுக்கு மெருகேற்றி எழுதிய நூல்தான் என் "என்னவளே...". இளமை காலத்து நினைவுகளை மெல்ல வருடி என்னவளின் நினைப்பில், நான் அவளுக்காக எழுதிய வரிகளை அவள் வாசிக்க மறந்தாலும் என் இதயம் மறந்ததில்லை ஒருபோதும். அப்படி வாசிக்க மறந்த கவிதையை, அவள் வாசிக்க நான் காத்திருப்பேன் என்றென்றும் நான் எழுதிய என்னவளோடு ...

1. கற்பனையின் நிலவானவளே

1.

என்னால் முடியவில்லை
உன்னை வர்ணிக்க என்று,
கற்பனைகளிடம் என்னவளைக்
கவிதை எழுதுங்கள் என்றேன்
அடி போடி
கற்பனையின் கவிதை
இதுவாம்
"காதல்" . . .

2.

அமாவாசை அன்று
வெளியே வராதே - உன்னை
நிலவு என்றெண்ணி
சோறூட்டத்
தொடங்கிவிடுவார்கள்.

2. உன்னாலே

1.

உன் பெயரை எழுதியவுடன்
பேனாவின்மேல் கோபம் வருகிறது
உயிரில்லாத பொருளே
நீ உன் பிறவிப்பயனை அடைந்துவிட்டாய்

2.

என்னிடம் பேனா கேட்கும்
யாவர்க்கும் ஒரு வேண்டுகோள்
என்னவள் பெயரை எழுதாதீர்
அது எனக்காக உயிர்பிக்கப்பட்டது . . .

3.

அற்ப காகிதங்கள் அனைத்தும்
பெருமை பட்டுக் கொள்கின்றன
உன்னால்
தயவுசெய்து உன் பெயரை
அதில் எழுதாதே !!!

4.

மன்னிக்கவும்
உன் பெயர் உள்ள காகிதங்களையெல்லாம்
கிழித்து விடுகிறேன் - பின் என்னடி
ஒவ்வொரு முறை என்னை பார்க்கும் போதும்
ஏளனமாய் பெருமை பட்டுக் கொள்கிறதே . . .

5.

செவ்வாய் கிரகத்திற்கு
ஒரு பெயர் சூட்ட வேண்டுமாம்
ஆளில்லாத அந்த கிரகத்திற்கு

உன் பெயர் சூட்டப் போகிறேன்
ஏனென்றால் உன் மனதிலும்
யாருமில்லையே !

உன் பெயர் சூட்டப் போகிறேன்
ஏனென்றால் உன் மனதிலும்
யாருமில்லையே !

3. உன் காதலாய்

1.

நான் உன் வீட்டு கண்ணாடியாக

பிறந்திருந்தால் கூட

தினமும் என்னைப் பார்த்திருப்பாய்

நான் உன் காதலனாகப் பிறந்ததனால்

என்னவோ என்னை கண்டும் காணாமல் போகிறாய் . . .

2.

நீ கனவுகளில் வருவதற்காகவே

என் கண்களை மூடிக்கொண்டு படுக்கிறேன்

இன்றாவது என் கனவு வீட்டை

கிரஹப்பிரவேசம் நடத்திக்

கொடுத்து விட்டுச் செல்.

3.

நான் உன்னை காதலிக்கிறேன்

என்று பூ கொடுத்தபோது

உடனே வாங்கிக் கொண்டாய்

அதே பூவை

என் கல்லறையில்

வைத்த பின்புதான் தெரிந்தது

நீ வாங்கியதன்

அர்த்தம் என்னவென்று . . .

4. உன்னோடு இருப்பதனால்

1.

தயவு செய்து கால் கொலுசுகளை
கழற்றி வைத்து விடு
உன் கால்களில் இருப்பதால்
அது பெருமை கொள்கிறது . . .

2.

உன் கை வளையல்களை
கழற்றி வைத்து விடு
உன் கைகளில் இருப்பதால்
அது கர்வம் கொள்கிறது.

3.

என்னவளே
உன் கால்களில் மூச்சு விடும்
அந்த கொலுசுகளை
கழற்றி எறிந்து விடு
இங்கே பார்ப்பவர்கள் அனைவரும்
பெருமூச்சு விட்டு
இறந்து கொண்டிருகின்றார்கள் . . .

5. என்னில் நீ

1.

எனக்கு தலைக்கணமாம்
அனைவரும் சொல்கிறார்கள்
அவர்களுக்கு எப்படித் தெரியும்
நான் உன்னை சுமந்து கொண்டிருப்பது . . .

2.

சில நேரங்களில்
சில முடிவுகளை
எடுத்துத்தான் ஆக வேண்டுமடி
உன் கல்நெஞ்சை இப்பொழுதாவது
கண்ணீர் சிந்த விடு
என் கல்லறையின் முன்னால்.

6. மலரானவளே

1.

உன் வீட்டு ரோஜாக்கள் மட்டும்
ஏனடி இவ்வளவு வாசனையாக உள்ளது
தயவுசெய்து ரோஜாக்களின் அருகே
மூச்சு விடாதே . . .

2.

பூக்கள் அனைத்தும்
மறியலில் ஈடுபட்டுள்ளதாம்
யாரும் தங்களை பார்ப்பதில்லையென்று
தயவுசெய்து பூந்தோட்டம் பக்கம் போகாதே . . .

7. உன் பார்வையில்

1.

அடி என்னவளே
என்னை நீ உன்னிடம்
சேர்த்துக் கொள்ள வேண்டாம்
ஒரு முறை பார்த்துவிடு
நான் வாழ்ந்து கொள்கிறேன் . . .

2.

போதைப் பொருள் கடத்துவது
சட்டப்படி குற்றமாம்
இனிமேல் கள்ளத்தனமாக
கண்களை திறந்து கொள்ளலாம் . . .

8. உன் வசம் என் இதயம்

1.

இதயம் இல்லாமல் உயிர் வாழ முடியாதாம்
சொல்கிறார்கள் பைத்தியக்காரர்கள்
பின் எப்படி உன்னிடம்
என் இதயத்தை கொடுத்து விட்டு
வாழ்ந்து கொண்டிருக்கிறேன் . . .

2.

நான் உன்னிடம்
காதல் சொல்ல
வந்த போதெல்லாம்
இன்று போய்
நாளை வா என்கிறாயே
உனக்கு தெரியுமா
மீண்டும் நாளை இதற்காக
இன்னொரு பிறவி எடுக்கவேண்டுமென்று.

9. இதழோரம்

1.

ஒரு நாளைக்கு

ஒரு முறையாவது

மௌன விரதம் இருந்து கொள்ளலாம்

நம் நான்கு இதழ்களையும்

சேர்த்துக் கொண்டு . . .

2.

உன் இதழோரம் உள்ள

புன்னகைப் பூக்களெல்லாம்

ஏனடி அழுது கொண்டிருக்கின்றன ?

நான் தான் சொன்னேனே?

மௌன விரதம் இருக்காதே என்று !

3.

நீ கொடுத்துவிட்டு சென்ற

முத்தங்கள் யாவும் - மொத்தமாய்

சண்டையிட்டுகின்றன என்னிடத்தில்

அனைத்தையும் நீயே

வைத்துக் கொண்டாய் என்று . . .

10. உந்தன் கைவிரல்

1.

உன் கைவிரல்களில் உள்ள

நகங்கள் யாவும்

சண்டையிட்டுக் கொள்கின்றன

உன்னை முதலில் யார் கிள்வதென்று !!!

2.

உனக்கு தெய்வீக சக்தியுண்டாம்

அனைவரும் பேசிக் கொள்கிறார்கள்

நீ தொட்ட முற்கள் யாவும் மலர்கிறதாமே?

எங்கே என்னையும்

ஒரு முறை தொட்டுவிடு பார்க்கலாம் . . .

3.

உன் வீட்டு மீன் தொட்டியில்

என்ன அத்தனையும் தங்க மீன்களா ?

இதில் என்ன அதிசயம்

இனிமேல் உன் கைகளால்

மீன்களை தொடாதே . . .